Impressum
Verlag: BABADADA GmbH, Nedderfeld 112 , 22529 Hamburg
Geschäftsführer / Verlagsleitung: Harald Hof
Druck: Books on Demand GmbH, In de Tarpen 42, 22848 Norderstedt

Imprint
Publisher: BABADADA GmbH, Nedderfeld 112 , 22529 Hamburg, Germany
Managing Director / Publishing direction: Harald Hof
Print: Books on Demand GmbH, In de Tarpen 42, 22848 Norderstedt

kugawanya
dividieren

186/2

ubao
Tafel

sajili
Klassenzimmer

eneo la shule
Schulhof

mwalimu
Lehrer

karatasi
Papier

kuandika
schreiben

kalamu
Stift

dawati
Schreibtisch

rula
Lineal

kitabu
Buch

mwanafunzi
Schüler

mkoba

Schultasche

kikasha cha penseli

Federmappe

penseli

Bleistift

kichonga penseli

Bleistiftspitzer

mpira

Radierer

pedi ya kuchora

Zeichenblock

uchoraji

Zeichnung

brashi ya rangi

Pinsel

sanduku la rangi

Malkasten

mkasi

Schere

gundi

Klebstoff

daftari

Übungsheft

kazi ya nyumbani

Hausübung

nambari

Zahl

2+2

jumlisha

addieren

ondoa

subtrahieren

zidisha

multiplizieren

kokotoa

rechnen

barua

Buchstabe

alfabeti

Alphabet

neno

Wort

shule - Schule

maandishi

Text

kusoma

lesen

chaki

Kreide

somo

Unterrichtsstunde

sajili

Klassenbuch

uchunguzi

Prüfung

cheti

Zeugnis

sare za shule

Schuluniform

elimu

Ausbildung

elezo

Lexikon

chuo kikuu

Universität

darubini

Mikroskop

ramani

Karte

kikapu cha kuweka karatasi chafu

Papierkorb

hoteli
Hotel

hosteli
Herberge

ofisi ya ubadilishanaji
Wechselstube

sanduku
Koffer

gari
Auto

lugha

Sprache

ndiyo / la

ja / nein

sawa

Okay

hujambo

Hallo

mtafsiri

Dolmetscherin

Asante

Danke

kiasi gani ni ...?

Wie viel kostet ...?

Sielewi

Ich verstehe nicht.

tatizo

Problem

Jioni njema!

Guten Abend!

Habari za asubuhi!

Guten Morgen!

Usiku mwema!

Gute Nacht!

kwa heri

Auf Wiederschaun!

mwelekeo

Richtung

mizigo

Gepäck

mfuko

Tasche

shanta

Rucksack

mgeni

Gast

chumba

Zimmer

begi la kulalia

Schlafsack

hema

Zelt

taarifa ya utalii

Touristeninformation

ufuo

Strand

kadi

Kreditkarte

kifunguakinywa

Frühstück

chakula cha mchana

Mittagessen

chakula cha jioni

Abendessen

tiketi

Fahrkarte

kuinua

Lift

muhuri

Briefmarke

mpaka

Grenze

mila

Zoll

ubalozi

Botschaft

visa

Visum

pasipoti

Pass

ndege
Flugzeug

meli
Schiff

injini ya moto
Feuerwehrauto

basi
Bus

lori
Lastwagen

motaboti
Motorboot

gari
Auto

baiskeli
Fahrrad

feri

Fähre

mashua

Boot

pikipiki

Motorrad

gari la polisi

Polizeiauto

gari la mashindano

Rennauto

gari la kukodisha

Mietwagen

kushiriki gari

Carsharing

lori la kuvuta

Abschleppwagen

ukusanyaji taka

Müllwagen

motor

Motor

mafuta

Kraftstoff

kituo cha mafuta

Tankstelle

ishara trafiki

Verkehrsschild

trafiki

Verkehr

msongamano

Stau

maegesho

Parkplatz

kituo cha treni

Bahnhof

reli

Schienen

garimoshi

Zug

tremu

Straßenbahn

gari la mizigo

Wagon

helikopta

Hubschrauber

uwanja wa ndege

Flughafen

mnara

Tower

abiria

Passagier

chombo

Container

katoni

Karton

mkokoteni

Rollwagen

kikapu

Korb

ondoka

starten / landen

jiji
Stadt

kijiji

Dorf

katikati ya jiji

Stadtzentrum

nyumba

Haus

sinema
Kino

tangazo
Werbung

taa za mitaani
Straßenlaterne

barabara
Straße

teksi
Taxi

duka la vitafunio
Kiosk

mtembea kwa miguu
Fußgänger

njia ya waenda kwa miguu
Gehsteig

kivuko
Zebrastreifen

pipa
Mülltonne

kuvuka
Kreuzung

taa za trafiki
Ampel

kibanda

Hütte

gorofa

Wohnung

kituo cha treni

Bahnhof

ukumbi wa mji

Rathaus

Makavazi

Museum

shule

Schule

chuo kikuu

Universität

benki

Bank

hospitali

Spital

hoteli

Hotel

duka la dawa

Apotheke

ofisi

Büro

duka la kitabu

Buchhandlung

duka

Geschäft

duka la maua

Blumenladen

dukakuu

Supermarkt

soko

Markt

idara ya kuhifadhi

Kaufhaus

mwuza samaki

Fischhändler

kituo cha ununuzi

Einkaufszentrum

bandari

Hafen

Hifadhi

Park

benki

Bank

daraja

Brücke

vidato

Stiege

chini ya ardhi

U-Bahn

handaki

Tunnel

kituo cha mabasi

Bushaltestelle

bar

Bar

mgahawa

Restaurant

sanduku la posta

Briefkasten

ishara ya barabara

Straßenschild

mita ya maegesho

Parkuhr

bustani ya wanyama

Zoo

kidimbwi cha kuogelea

Badeanstalt

msikiti

Moschee

shamba

Bauernhof

uchafuzi

Umweltverschmutzung

makaburini

Friedhof

kanisa

Kirche

uwanja wa michezo

Spielplatz

hekalu

Tempel

mazingira
Landschaft

jani
Blatt

ishara ya mwelekeo
Wegweiser

njia
Weg

malisho
Wiese

jiwe
Stein

mtembeaji wa masafa
Wanderer

mti
Baum

mto
Fluss

nyasi
Gras

ua
Blume

bonde

Tal

kilima

Hügel

ziwa

See

msitu

Wald

jangwa

Wüste

volkano

Vulkan

ngome

Schloss

upinde wa mvua

Regenbogen

uyoga

Pilz

mtende

Palme

mbu

Moskito

kuruka

Fliege

chungu

Ameise

nyuki

Biene

buibui

Spinne

mende

Käfer

chura

Frosch

kuchakuro

Eichhörnchen

nungunungu

Igel

sungura

Hase

bundi

Eule

ndege

Vogel

swan

Schwan

nguruwe mwitu

Wildschwein

kulungu

Hirsch

aina ya kongoni

Elch

bwawa

Staudamm

tabo ya upepo

Windrad

nishaji ya jua

Solarmodul

hali ya hewa

Klima

mhudumu
Kellner

menyu
Speisekarte

kiti
Sessel

supu
Suppe

piza
Pizza

kitambaa cha mezani
Tischdecke

vilia
Besteck

kiamsha hamu

Vorspeise

kozi kuu

Hauptgericht

kitindamlo

Nachspeise

vinywaji

Getränke

chakula

Essen

chupa

Flasche

chakula cha haraka

Fastfood

Streetfood

Streetfood

buli

Teekanne

kisanduku cha sukari

Zuckerdose

sehemu

Portion

mashine ya espresso

Espressomaschine

kiti kirefu

Kinderstuhl

muswada

Rechnung

trei

Tablett

kisu

Messer

uma

Gabel

kijiko

Löffel

kijiko cha chai

Teelöffel

nepi

Serviette

glasi

Glas

sahani

Teller

sahani ya supu

Suppenteller

sufuria

Untertasse

mchuzi

Sauce

kichanyaji chumvi

Salzstreuer

kinu cha pilipili

Pfeffermühle

siki

Essig

mafuta

Öl

viungo

Gewürze

kechapu

Ketchup

haradali

Senf

kachumbari nzito

Mayonnaise

ofa maalum
Angebot

mteja
Kunde

maziwa
Milchprodukte

FOR

matunda
Obst

toroli
Einkaufswagen

mchinjaji

Schlachterei

mwokaji

Bäckerei

uzito

wiegen

mboga

Gemüse

nyama

Fleisch

chakula waliohifadhiwa

Tiefkühlkost

vipande vya nyama baridi

Aufschnitt

chakula cha kopo

Konserven

sabuni ya unga

Waschmittel

pipi

Süßigkeiten

bidhaa za kaya

Haushaltsartikel

bidhaa za kusafisha

Reinigungsmittel

mtu mauzo

Verkäuferin

mpaka

Kassa

keshia

Kassiererin

orodha ya manunuzi

Einkaufsliste

masaa ya ufunguzi

Öffnungszeiten

mkoba

Brieftasche

kadi

Kreditkarte

mfuko

Tasche

mfuko wa plastiki

Plastiktüte

Getränke

maji

Wasser

sharubati

Saft

maziwa

Milch

coke

Cola

mvinyo

Wein

bia

Bier

pombe

Alkohol

kakao

Kakao

chai

Tee

kahawa

Kaffee

spreso

Espresso

kapuchino

Cappuccino

ndizi

Banane

tufaha

Apfel

machungwa

Orange

tikiti

Melone

lemon

Zitrone

karoti

Karotte

kitunguu saumu

Knoblauch

mianzi

Bambus

kitunguu

Zwiebel

uyoga

Pilz

karanga

Nüsse

nudo

Nudeln

spageti

Spaghetti

mpunga

Reis

saladi

Salat

vibanzi

Pommes frites

viazi vya kukaanga

Bratkartoffeln

piza

Pizza

hambaga

Hamburger

sandwichi

Sandwich

kipande

Schnitzel

paja la mnyama

Schinken

salami

Salami

soseji

Wurst

kuku

Huhn

choma

Braten

samaki

Fisch

oats ya uji

Haferflocken

muesli

Müsli

cornflakes

Cornflakes

unga

Mehl

kroisanti

Croissant

andazi

Semmel

mkate

Brot

mkate wa kubanika

Toast

biskuti

Kekse

siagi

Butter

maziwa mgando

Topfen

keki

Kuchen

yai

Ei

yai kukaanga

Spiegelei

jibini

Käse

aiskrimu

Eiscreme

sukari

Zucker

asali

Honig

jemu

Marmelade

kuenea kwa chokoleti

Schokoladenaufstrich

mchuzi wa viungo

Curry

nyumba ya kilimo
Bauernhaus

ghalani
Scheune

majani bale
Strohballen

uwanja
Feld

farasi
Pferd

trela
Anhänger

trekta
Traktor

mtoto
Fohlen

punda
Esel

kondoo
Schaf

mwanakondoo
Lamm

mbuzi

Ziege

ng'ombe

Kuh

ndama

Kalb

nguruwe

Schwein

mwananguruwe

Ferkel

fahali

Stier

batabukini

Gans

bata

Ente

kifaranga

Küken

kuku

Huhn

jogoo

Hahn

panya

Ratte

paka

Katze

panya

Maus

ng'ombe

Ochse

mbwa

Hund

nyumba ya mbwa

Hundehütte

bomba la bustani

Gartenschlauch

debe la kumwagilia maji

Gießkanne

fyekeo

Sense

kulima

Pflug

mundu

Sichel

jembe

Hacke

uma wa nyasi

Mistgabel

shoka

Axt

toroli

Schubkarre

kupitia nyimbo

Trog

chombo cha maziwa

Milchkanne

gunia

Sack

ua

Zaun

imara

Stall

chafu

Treibhaus

udongo

Boden

mbegu

Saat

mbolea

Dünger

kivunaji

Mähdrescher

mavuno

ernten

mavuno

Ernte

viazi vikuu

Yamswurzel

ngano

Weizen

soya

Soja

viazi

Erdapfel

mahindi

Mais

rapa

Raps

mti wa matunda

Obstbaum

muhogo

Maniok

nafaka

Getreide

chimni
Schornstein

paa
Dach

bomba la maji ya mvua
Regenrinne

dirisha
Fenster

gareji
Garage

kengele ya mlangoni
Klingel

mlango
Tür

pipa la taka
Abfallkübel

sanduku la barua
Briefkasten

bustani
Garten

sebuleni

Wohnzimmer

bafu

Badezimmer

jikoni

Küche

chumba cha kulala

Schlafzimmer

chumba ya mtoto

Kinderzimmer

chumba cha kulia

Esszimmer

sakafu

Boden

ukuta

Wand

dari

Decke

pishi

Keller

sauna

Sauna

roshani

Balkon

mtaro

Terrasse

kidimbwi

Schwimmbad

mashine ya kukata nyasi

Rasenmäher

karatasi

Bettbezug

kitambaa cha kupamba
kitanda

Bettdecke

kitanda

Bett

ufagio

Besen

ndoo

Kübel

kubadili

Schalter

mandhari
Tapete

picha
Bild

taa
Lampe

rafu
Regal

kabati
Schrank

mekoni
Kamin

televisheni/runinga
Fernseher

ua
Blume

mto
Polster

sofa
Sofa

chombo cha maua
Vase

kitenzambali
Fernbedienung

zulia

Teppich

pazia

Vorhang

meza

Tisch

kiti

Sessel

kiti cha bembea

Schaukelstuhl

armchair

Sessel

kitabu

Buch

blanketi

Decke

mapambo

Dekoration

kuni

Feuerholz

filamu

Film

kifaa cha hi-fi

Stereoanlage

ufunguo

Schlüssel

gazeti

Zeitung

uchoraji

Gemälde

bango

Poster

redio

Radio

daftari

Notizblock

kifyonza

Staubsauger

dungusi kakati

Kaktus

mshumaa

Kerze

jokofu
Kühlschrank

kikanza
Mikrowelle

wadogo jikoni
Küchenwaage

kibaniko
Toaster

sabuni
Reinigungsmittel

stovu
Backofen

friza
Gefrierfach

pipa la taka
Abfallkübel

mashine ya kuoshea vyombo
Geschirrspüler

jiko la kupika

Herd

chungu

Topf

sufuria ya chuma

Eisentopf

wok / kadai

Wok / Kadai

kaango

Pfanne

birika

Wasserkocher

stima

Dampfgarer

sinia ya kuoka

Backblech

vyombo vya udongo

Geschirr

kombe

Becher

bakuli

Schale

vijiti vya kulia

Essstäbchen

ukawa

Schöpflöffel

mwiko mpana

Pfannenwender

burashi

Schneebesen

kichujio

Kochsieb

chujio

Sieb

mbuzi

Reibe

chokaa

Mörser

barbeque

Grill

moto wazi

Kaminfeuer

ubao wa majaribio

Schneidebrett

kijiti cha kusukuma unga

Nudelholz

kizibuo

Korkenzieher

kopo

Dose

inaweza kopo

Dosenöffner

kishikio cha chungu

Topflappen

karo

Waschbecken

brashi

Bürste

sifongo

Schwamm

kisagaji matunda

Mixer

friji ya kina

Gefriertruhe

chupa ya mtoto

Babyflasche

bomba

Wasserhahn

joto
Heizung

mfereji wa kuogea
Dusche

taulo
Handtuch

pazia la kuogea
Duschvorhang

maji ya kuoga yenye povu
Schaumbad

hodhi
Badewanne

glasi
Glas

mashine ya kuosha
Waschmaschine

vigae
Fliesen

bomba
Wasserhahn

poti
Nachttopf

karo
Waschbecken

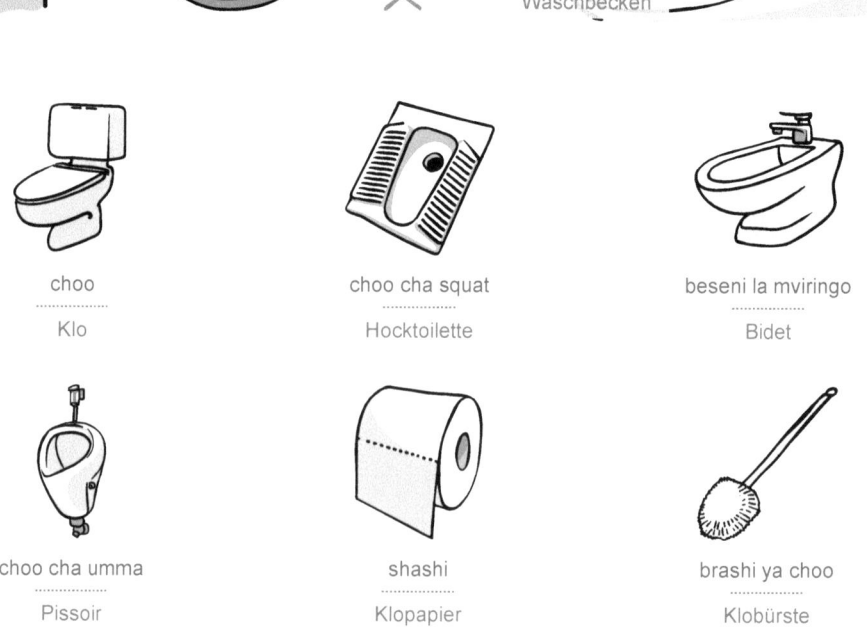

choo	choo cha squat	beseni la mviringo
Klo	Hocktoilette	Bidet
choo cha umma	shashi	brashi ya choo
Pissoir	Klopapier	Klobürste

mswaki

Zahnbürste

dawa ya meno

Zahnpasta

dawa ya meno

Zahnseide

safisha

waschen

kuoga mkono

Handbrause

msukumo wa maji

Intimdusche

bonde

Waschschüssel

mpako wa pili

Rückenbürste

sabuni

Seife

jeli ya kuogea

Duschgel

shampuu

Shampoo

flana

Waschlappen

toa maji

Abfluss

krimu

Creme

kiondoa harufu

Deodorant

kioo

Spiegel

kioo mkono

Kosmetikspiegel

kinyozi

Rasierer

povu la kunyoa

Rasierschaum

baada ya kunyoa

Rasierwasser

kichana

Kamm

brashi

Bürste

kikausha nywele

Föhn

marashi ya nyewele

Haarspray

vipodozi

Makeup

kidomwa

Lippenstift

varnish ya msumari

Nagellack

pamba

Watte

mkasi wa kucha

Nagelschere

manukato

Parfum

mkoba wa kuosha

Kulturbeutel

kinyesi

Hocker

mizani

Waage

nguo ya kuoga

Bademantel

glavu za mpira

Gummihandschuhe

kisodo

Tampon

sodo

Damenbinde

kemikali choo

Chemietoilette

saa ya kengele
Wecker

kidoli cha kupakata
Kuscheltier

gari bandia
Spielzeugauto

kelele
Rassel

chumba cha midoli
Puppenhaus

sasa
Geschenk

baluni

Ballon

kitanda

Bett

mashua

Kinderwagen

staha ya kadi

Kartenspiel

mchezo-fumb

Puzzle

vichekesho

Comic

matofali lego

Legosteine

vitalu mwigo

Bausteine

hatua takwimu

Actionfigur

suti ya kulalia

Strampelanzug

kisahani

Frisbee

simu

Mobile

ubao wa michezo

Brettspiel

kete

Würfel

garimoshi mwigo

Modelleisenbahn

dummy

Schnuller

chama

Party

pıcha kitabu

Bilderbuch

mpira

Ball

kikaragosi

Puppe

kucheza

spielen

shimo la mchanga

Sandkasten

bembea

Schaukel

vitu bandia

Spielzeug

kiweko cha video ya mchezo

Spielkonsole

baiskeli ya magurudumu

Dreirad

matatu

mwanasesere

Teddy

kabati

Kleiderschrank

nguo

Kleidung

soksi

Socken

stokingi

Strümpfe

kibano

Strumpfhose

skafu
Schal

mwavuli
Regenschirm

ukanda
Gürtel

fulana
T-Shirt

wakufunzi
Turnschuhe

viatu
Stiefel

ndara
Hausschuhe

malapa	viatu	mabuti ya mpira
Sandalen	Schuhe	Gummistiefel

suruali ya ndani	sidiria	fulana
Unterhose	Büstenhalter	Unterhemd

nguo - Kleidung

mwili

Body

suruali

Hose

dangirizi

Jeans

sketi

Rock

blauzi

Bluse

shati

Hemd

vuta

Pullover

sweta

Kapuzenpullover

bleza

Blazer

jaketi

Jacke

koti

Mantel

koti la mvua

Regenmantel

maleba

Kostüm

gauni

Kleid

mavazi ya harusi

Hochzeitskleid

suti

Anzug

vazi la usiku

Nachthemd

pajama

Pyjama

sari

Sari

skafu

Kopftuch

kilemba

Turban

burka

Burka

kaftan

Kaftan

abaya

Abaya

vazi la kuogelea

Badeanzug

vazi la kiume la kuogelea

Badehose

kaptura

kurze Hose

teitei

Jogginganzug

aproni

Schürze

glavu

Handschuhe

kifungo

Knopf

glasi

Brille

bangili

Armband

mkufu

Halskette

pete

Ring

herini

Ohrring

kofia

Mütze

kiango cha koti

Kleiderbügel

kofia

Hut

tai

Krawatte

zipu

Reißverschluss

kofia

Helm

kanda za suruali

Hosenträger

sare za shule

Schuluniform

sare

Uniform

bibu

Lätzchen

dummy

Schnuller

nepi

Windel

kabati la kuweka faili
Aktenschrank

kichapishaji
Drucker

seva
Server

karatasi
Papier

kiwambo
Monitor

dawati
Schreibtisch

kipanya
Maus

folda
Ordner

kibodi
Tastatur

ou cha kuweka karatasi chafu
erkorb

kompyuta
Computer

kiti
Sessel

kmobe la kahawa

Kaffeebecher

kikokotoo

Taschenrechner

biashara

Internet

mbali

Laptop

barua

Brief

ujumbe

Nachricht

rununu

Handy

intaneti

Netzwerk

fotokopia

Kopierer

programu

Software

simu

Telefon

soketi

Steckdose

kipepesi

Fax

fomu

Formular

hati

Dokument

kununua

kaufen

kulipa

bezahlen

biashara

handeln

fedha

Geld

dola

Dollar

yuro

Euro

yeni

Yen

rouble

Rubel

faranga ya Uswisi

Franken

renminbi yuan

Renminbi Yuan

rupia

Rupie

eneo la kulipia

Bankomat

ofisi ya ubadilishanaji

Wechselstube

dhahabu

Gold

fedha

Silber

mafuta

Öl

nishati

Energie

bei

Preis

mkataba

Vertrag

kodi

Steuer

bidhaa

Aktie

kazi

arbeiten

mfanyakazi

Angestellte

mwajiri

Arbeitgeber

kiwanda

Fabrik

duka

Geschäft

afisa wa polisi
Polizist

mzimamoto
Feuerwehrmann

mpishi
Koch

daktari
Ärztin

rubani
Pilot

mtunza bustani

Gärtner

seremala

Tischler

mshonaji

Schneiderin

hakimu

Richter

mwanakemia

Chemikerin

muigizaji

Schauspieler

dereva wa basi

Busfahrer

dereva wa teksi

Taxifahrer

mvuvi

Fischer

mwanamke wa kusafisha

Putzfrau

mwezekaji

Dachdecker

mhudumu

Kellner

mwindaji

Jäger

mchoraji

Maler

mwokaji

Bäcker

umeme

Elektriker

mjenzi

Bauarbeiter

mhandisi

Ingenieur

mchinjaji

Schlachter

fundi bomba

Installateur

mwanaposta

Briefträgerin

kazi - Berufe

mwanajeshi

Soldat

msanifu majengo

Architekt

keshia

Kassiererin

muuza maua

Blumenhändlerin

msusi

Friseur

kondakta

Schaffner

mekanika

Mechaniker

nahodha

Kapitän

daktari wa meno

Zahnärztin

mwanasayansi

Wissenschaftler

rabbi

Rabbi

imamu

Imam

mtawa

Mönch

kasisi

Pfarrer

nyundo
Hammer

koleo
Zange

bisibisi
Schraubenzieher

spana
Schraubenschlüssel

kurunzi
Taschenlampe

mchimbaji

Bagger

sanduku la vifaa

Werkzeugkasten

ngazi

Leiter

msumeno

Säge

misumari

Nägel

kuchimba visima

Bohrer

kukarabati
reparieren

sepetu
Schaufel

Lo!
Scheiße!

kishikio cha uchafu
Kehrschaufel

chungu cha rangi
Farbtopf

skurubu
Schrauben

ala za muziki
Musikinstrumente

spika
Lautsprecher

mpangilio wa ngoma
Schlagzeug

gita
Gitarre

besi mara mbili
Kontrabass

tarumbeta
Trompete

piano

Klavier

fidla

Violine

ubeji

Bass

timpani

Pauke

ngoma

Trommeln

kibodi

Tastatur

saksafoni

Saxophon

filimbi

Flöte

maikrofoni

Mikrofon

lango la kuingia
Eingang

simbamarara
Tiger

ngome
Käfig

pundamilia
Zebra

chakula cha mifugo
Tierfutter

panda
Panda

wanyama

Tiere

tembo

Elefant

kangaruu

Känguru

kifaru

Nashorn

sokwe

Gorilla

dubu

Bär

ngamia

Kamel

mbuni

Strauß

simba

Löwe

tumbili

Affe

heroe

Flamingo

kasuku

Papagei

dubu

Eisbär

penguini

Pinguin

papa

Hai

tausi

Pfau

nyoka

Schlange

mamba

Krokodil

mtunza wanyama

Zoowärter

muhuri

Robbe

jaguar

Jaguar

mwanafarasi

Pony

chui

Leopard

kiboko

Nilpferd

twiga

Giraffe

tai

Adler

nguruwe mwitu

Wildschwein

samaki

Fisch

kobe

Schildkröte

sili

Walross

mbweha

Fuchs

paa

Gazelle

soka ya marekani
American Football

uendeshaji baiskeli
Radfahren

tenisi
Tennis

mpira wa kikapu
Basketball

kuogelea
Schwimmen

ndondi
Boxen

magongo ya barafuni
Eishockey

soka
Fußball

vinyoya
Badminton

riadha
Leichtathletik

mpira wa mikono
Handball

skii
Skifahren

polo
Polo

cheka
lachen

kuruka
springen

kumbatia
umarmen

kutembea
gehen

kuimba
singen

ota ndoto
träumen

kuomba
beten

busu
küssen

kuandika

schreiben

kuteka

zeichnen

angalia

zeigen

sukuma

drücken

kutoa

geben

kuchukua

nehmen

kuwa

haben

fanya

machen

kuwa

sein

kusimama

stehen

kukimbia

laufen

vuta

ziehen

kutupa

werfen

kuanguka

fallen

hadaa

liegen

kusubiri

warten

kubeba

tragen

kukaa

sitzen

vaa nguo

anziehen

usingizi

schlafen

kuamka

aufwachen

kuangalia

ansehen

lia

weinen

kiharusi

streicheln

chana nywele

frisieren

ongea

reden

kuelewa

verstehen

kuuliza

fragen

kusikiliza

hören

kunywa

trinken

kula

essen

nadhifisha

zusammenräumen

upendo

lieben

mpishi

kochen

gari

fahren

kuruka

fliegen

meli

segeln

kokotoa

rechnen

kusoma

lesen

kujifunza

lernen

kazi

arbeiten

kuoa

heiraten

kushona

nähen

piga mswaki

Zähne putzen

kuua

töten

moshi

rauchen

kutuma

senden

bibi
Großmutter

babu
Großvater

baba
Vater

mama
Mutter

mtoto
Baby

binti
Tochter

bin
Sohn

mgeni

Gast

shangazi

Tante

mjomba

Onkel

kaka

Bruder

dada

Schwester

paji la uso
Stirn

jicho
Auge

bega
Schulter

kidole
Finger

uso
Gesicht

kidevu
Kinn

mkono
Hand

matiti
Brust

mguu
Bein

mkono
Arm

mtoto

Baby

mwanamume

Mann

mwanamke

Frau

msichana

Mädchen

mvulana

Junge

kichwa

Kopf

nyuma

Rücken

tumbo

Bauch

kitovu

Nabel

chano

Zeh

kisigino

Ferse

mfupa

Knochen

nyonga

Hüfte

goti

Knie

kiwiko

Ellbogen

pua

Nase

chini

Gesäß

ngozi

Haut

shavu

Wange

sikio

Ohr

mdomo

Lippe

kinywa

Mund

jino

Zahn

ulimi

Zunge

ubongo

Gehirn

moyo

Herz

misuli

Muskel

pafu

Lunge

ini

Leber

tumbo

Magen

figo

Nieren

jinsia

Geschlechtsverkehr

kondomu

Kondom

ovari

Eizelle

shahawa

Sperma

mimba

Schwangerschaft

hedhi

Menstruation

uke

Vagina

uume

Penis

unyusi

Augenbraue

nywele

Haar

shingo

Hals

hospitali
Spital

gari la wagonjwa
Rettung

kiti cha magurudumu
Rollstuhl

jeraha
Bruch

daktari

Ärztin

chumba cha dharura

Notaufnahme

muuguzi

Krankenschwester

dharura

Notfall

kupoteza fahamu

ohnmächtig

maumivu

Schmerz

kuumia

Verletzung

kutokwa na damu

Blutung

mshtuko wa moyo

Herzinfarkt

kiharusi

Schlaganfall

mzio

Allergie

kikohozi

Husten

homa

Fieber

mafua

Grippe

kuharisha

Durchfall

maumivu ya kichwa

Kopfschmerzen

kansa

Krebs

ugonjwa wa kisukari

Diabetes

daktari mpasuaji

Chirurg

kisu kidogo cha kupasulia

Skalpell

operesheni

Operation

picha changanufu ya mwili

CT

Eksrei

Röntgen

mawimbi sauti

Ultraschall

barakoa ya uso

Maske

ugonjwa

Krankheit

chumba cha kusubiri

Wartezimmer

mkongojo

Krücke

plasta

Pflaster

bendeji

Verband

sindano

Injektion

stetoskopu

Stethoskop

machela

Trage

kipimajoto cha kliniki

Thermometer

kuzaliwa

Geburt

unene kupita kiasi

Übergewicht

kusikia misaada

Hörgerät

kipukusi

Desinfektionsmittel

maambukizi

Infektion

virusi

Virus

VVU / UKIMWI

HIV / AIDS

dawa

Medizin

chanjo

Impfung

vidonge

Tabletten

kidonge

Pille

simu ya dharura

Notruf

haemodainamometa

Blutdruckmesser

mgonjwa / mwenye afya

krank / gesund

Msaada!

Hilfe!

kengele

Alarm

pigo

Überfall

shambulizi

Angriff

hatari

Gefahr

lango la dharura

Notausgang

Moto!

Feuer!

kizima moto

Feuerlöscher

ajali

Unfall

vifaa vya huduma ya kwanza

Erste-Hilfe-Koffer

wito wa msaada

SOS

polisi

Polizei

Ulaya

Europa

Amerika ya Kaskazini

Nordamerika

Amerika ya Kusini

Südamerika

Afrika

Afrika

Asia

Asien

Australia

Australien

Atlantiki

Atlantik

Pasifiki

Pazifik

Bahari ya Hindi

Indische Ozean

Bahari ya Antaktiki

Antarktische Ozean

Bahari ya Aktiki

Arktische Ozean

Ncha ya Kaskazini

Nordpol

Ncha ya Kusini

Südpol

Antaktika

Antarktis

dunia

Erde

nchi

Land

bahari

Meer

kisiwa

Insel

taifa

Nation

jimbo

Staat

uso wa saa

Ziffernblatt

akrabu ya saa

Stundenzeiger

akrabu ya dakika

Minutenzeiger

akrabu ya sekunde

Sekundenzeiger

Ni saa ngapi?

Wie spät ist es?

siku

Tag

wakati

Zeit

sasa

jetzt

saa ya dijitali

Digitaluhr

dakika

Minute

saa

Stunde

Jumatatu
Montag

Jumatano
Mittwoch

Ijumaa
Freitag

Jumanne
Dienstag

Jumamosi
Samstag

Alhamisi
Donnerstag

Jumapili
Sonntag

jana

gestern

leo

heute

kesho

morgen

asubuhi

Morgen

saa sita mchana

Mittag

jioni

Abend

MO	TU	WE	TH	FR	SA	SU
1	2	3	4	5	6	7
8	9	10	11	12	13	14
15	16	17	18	19	20	21
22	23	24	25	26	27	28
29	30	31	1	2	3	4

siku za biashara

Arbeitstage

MO	TU	WE	TH	FR	SA	SU
1	2	3	4	5	6	7
8	9	10	11	12	13	14
15	16	17	18	19	20	21
22	23	24	25	26	27	28
29	30	31	1	2	3	4

mwishoni mwa wiki

Wochenende

mvua
Regen

upinde wa mvua
Regenbogen

upepo
Wind

theluji
Schnee

majira ya machipuko
Frühling

vuli
Herbst

kiangazi
Sommer

majira ya baridi
Winter

4.APRIL	11°	☀
5.APRIL	4°	☁
6.APRIL	13°	☂
7.APRIL	8°	❄
8.APRIL	10°	☀

utabiri wa hali ya hewa

Wettervorhersage

kipimajoto

Thermometer

mwanga wa jua

Sonnenschein

wingu

Wolke

ukungu

Nebel

unyevu

Luftfeuchtigkeit

umeme

Blitz

radi

Donner

dhoruba

Sturm

mvua ya mawe

Hagel

monsuni

Monsun

mafuriko

Flut

barafu

Eis

Januari

Jänner

Februari

Februar

Machi

März

Aprili

April

Mei

Mai

Juni

Juni

Julai

Juli

Agosti

August

Septemba
....
September

Oktoba
....
Oktober

Novemba
....
November

Desemba
....
Dezember

maumbo
Formen

mduara
....
Kreis

mraba
....
Quadrat

mstatili
....
Rechteck

pembetatu
....
Dreieck

nyanja
....
Kugel

mchemraba
....
Würfel

nyeupe

weiß

manjano

gelb

chungwa

orange

rangi ya waridi

pink

nyekundu

rot

hudhurungi

lila

bluu

blau

kijani

grün

hanja

braun

jivujivu

grau

nyeusi

schwarz

mengi / kidogo

viel / wenig

hasira / pole

wütend / friedlich

nzuri / mbaya

hübsch / hässlich

mwanzo / mwisho

Anfang / Ende

kubwa / ndogo

groß / klein

angavu / giza

hell / dunkel

kaka / dada

Bruder / Schwester

safi / chafu

sauber / schmutzig

kamilika / tokamilika

vollständig / unvollständig

siku / usiku

Tag / Nacht

wafu / hai

tot / lebendig

pana / nyembamba

breit / schmal

kulika / kutolika

genießbar / ungenießbar

ovu / ema

böse / freundlich

sisimkwa / udhika

aufgeregt / gelangweilt

nene / nyembamba

dick / dünn

kwanza / mwisho

zuerst / zuletzt

rafiki / adui

Freund / Feind

jaa / tupu

voll / leer

ngumu / laini

hart / weich

nzito / nyepesi

schwer / leicht

njaa / kiu

Hunger / Durst

mgonjwa / mwenye afya

krank / gesund

haramu / kisheria

illegal / legal

akili / kijinga

gescheit / dumm

kushoto / kulia

links / rechts

karibu / mbali

nah / fern

mpya / kutumika

neu / gebraucht

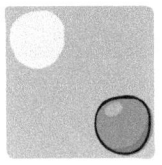

kitu / jambo

nichts / etwas

zee / changa

alt / jung

waka / zima

an / aus

wazi / fungwa

offen / geschlossen

utulivu / kelele

leise / laut

tajiri / masikini

reich / arm

sahihi / kosa

richtig / falsch

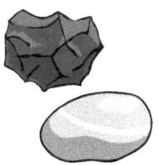

mbaya / laini

rau / glatt

huzunika / furahia

traurig / glücklich

fupi /ndefu

kurz / lang

polepole / haraka

langsam / schnell

nyevu / kavu

nass / trocken

joto / baridi

warm / kühl

vita / amani

Krieg / Frieden

0

sufuri

null

1

moja

eins

2

mbili

zwei

3

tatu

drei

4

nne

vier

5

tano

fünf

6

sita

sechs

7

saba

sieben

8

nane

acht

9

tisa

neun

10

kumi

zehn

11

kumi na moja

elf

12

kumi na mbili

zwölf

13

kumi na tatu

dreizehn

14

kumi na nne

vierzehn

15

kumi na tano

fünfzehn

16

kumi na sita

sechzehn

17

kumi na saba

siebzehn

18

kumi na nane

achtzehn

19

kumi na tisa

neunzehn

20

ishirini

zwanzig

100

mia

hundert

1.000

elfu

tausend

1.000.000

milioni

Million

Kiingereza

Englisch

Kiingereza cha Marekani

Amerikanisches Englisch

Kimandarini cha Uchina

Chinesisch (Mandarin)

Kihindi

Hindi

Kihispania

Spanisch

Kifaransa

Französisch

Kiarabu

Arabisch

Kirusi

Russisch

Kireno

Portugiesisch

Kibengali

Bengalisch

Kijerumani

Deutsch

Kijapani

Japanisch

mimi

ich

wewe

du

yeye / yeye / ni

er / sie / es

sisi

wir

wewe

ihr

wao

sie

nani?

Wer?

nini?

Was?

jinsi gani?

Wie?

wapi?

Wo?

lini?

Wann?

jina

Name

nyuma

hinter

katika

in

mbele ya

vor

juu ya

über

kwenye

auf

chini ya

unter

kando

neben

kati

zwischen

mahali

Ort